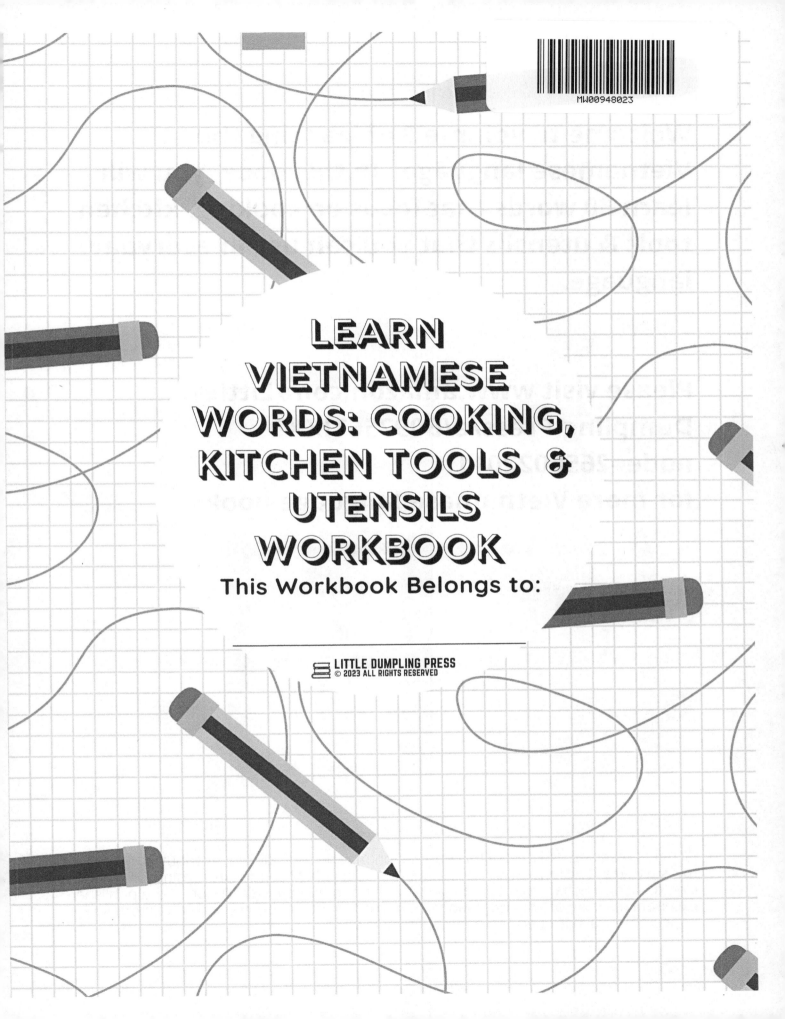

LEARN VIETNAMESE WORDS: COOKING, KITCHEN TOOLS & UTENSILS WORKBOOK

This Workbook Belongs to:

_____

Welcome to volume 3 of learning the Vietnamese language! In this book, you will learn 30 words that focus on cooking, kitchen tools & utensils that you can use in everyday language.

Please visit www.amazon.com/Little-Dumpling-Press/e/B09756TJXX?node=2656022011
for more Vietnamese language books.

LEARN VIETNAMESE WORDS FOR KITCHEN TOOLS & GADGETS

thớt

cutting board

thớt   thớt   thớt

thớt   thớt   thớt

dao knife

dao   dao   dao   dao

dao   dao   dao   dao

cái nĩa fork

cái nĩa   cái nĩa   cái nĩa

cái nĩa   cái nĩa   cái nĩa

muỗng

spoon

muỗng   muỗng

muỗng   muỗng

muỗng cà phê

teaspoon

muỗng cà phê

muỗng cà phê

Word Matching

Draw a line to match the Vietnamese words to the picture of each word.

cái nĩa

muỗng

dao

chiếc đũa
chopsticks

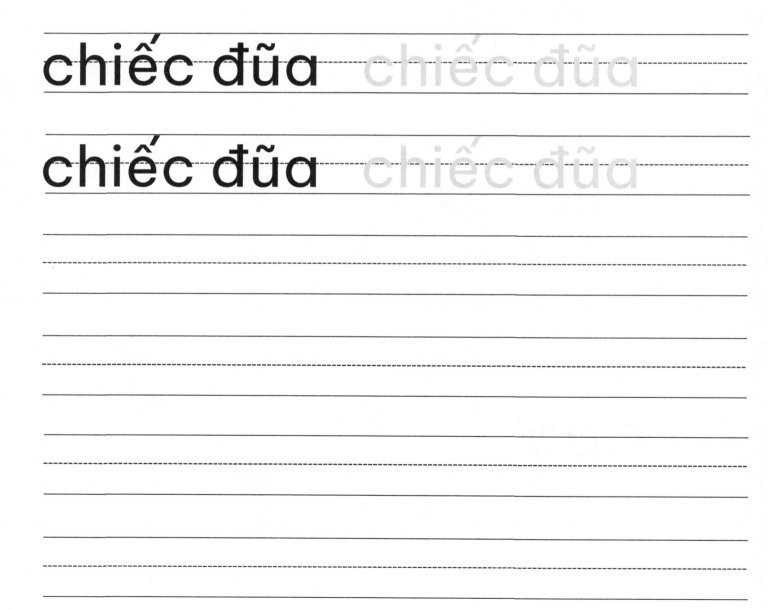

chiếc đũa

chiếc đũa

thủy tinh
glass cup

thủy tinh thủy tinh

thủy tinh thủy tinh

CỐC
coffee mug

CỐC   CỐC   CỐC   CỐC

CỐC   CỐC   CỐC   CỐC

cái soong

pot

cái soong cái soong

cái soong cái soong

chảo
pan

chảo chảo chảo

chảo chảo chảo

Word Matching

Draw a line to match the Vietnamese words to the picture of each word.

thớt

chảo

thủy tinh

Word Matching

Draw a line to match the Vietnamese words to the picture of each word.

cốc

cái soong

chiếc đũa

lò nồi

ladle

lò nồi   lò nồi   lò nồi

lò nồi   lò nồi   lò nồi

thìa
spatula

thìa thìa thìa thìa

thìa thìa thìa thìa

cái bát

bowl

cái bát   cái bát

cái bát   cái bát

đĩa

plate

đĩa   đĩa   đĩa   đĩa   đĩa

đĩa   đĩa   đĩa   đĩa   đĩa

kéo
scissors

kéo   kéo   kéo   kéo

kéo   kéo   kéo   kéo

xiên
skewer

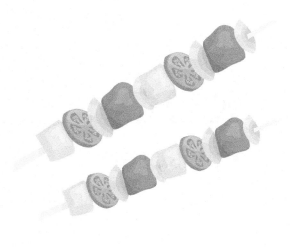

xiên xiên xiên xiên

xiên xiên xiên xiên

đồ khui hộp

can opener

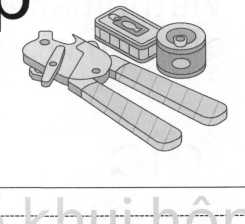

đồ khui hộp đồ khui hộp

đồ khui hộp đồ khui hộp

Word Matching

Draw a line to match the Vietnamese words to the picture of each word.

đĩa

lò nồi

cái bát

Word Matching

Draw a line to match the Vietnamese words to the picture of each word.

đồ khui hộp

chiếc đũa

thìa

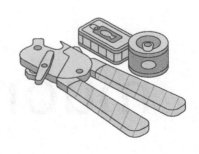

Word Matching

Draw a line to match the Vietnamese words to the picture of each word.

kéo

xiên

muỗng

LEARN VIETNAMESE WORDS FOR COOKING TERMS

khuấy

to stir

khuấy   khuấy   khuấy

khuấy   khuấy   khuấy

đổ

to pour

đổ   đổ   đổ   đổ   đổ

đổ   đổ   đổ   đổ   đổ

bọc

to wrap

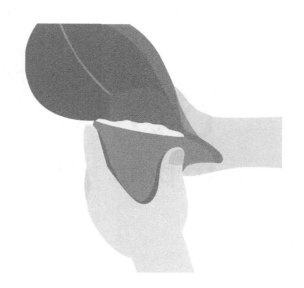

bọc   bọc   bọc   bọc

bọc   bọc   bọc   bọc

nhúng
to dip

nhúng   nhúng   nhúng

nhúng   nhúng   nhúng

ngâm

to soak

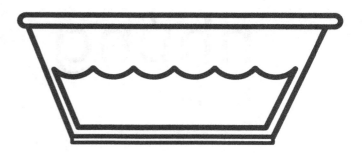

ngâm   ngâm   ngâm

ngâm   ngâm   ngâm

Word Matching

Draw a line to match the Vietnamese words to the picture of each word.

khuấy

ngâm

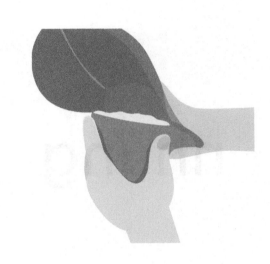

bọc

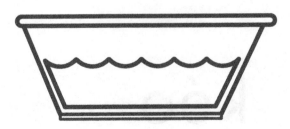

Word Matching

Draw a line to match the Vietnamese words to the picture of each word.

cái bát

nhúng

kéo

Word Matching

Draw a line to match the Vietnamese words to the picture of each word.

cái soong

đổ

đĩa

để cân

to pound

để cân   để cân   để cân

để cân   để cân   để cân

đun sôi

to boil, simmer

đun sôi đun sôi đun sôi

đun sôi đun sôi đun sôi

bốc hơi

to steam

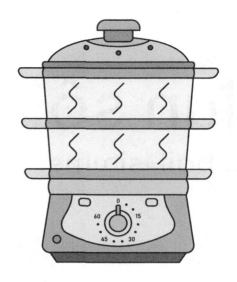

bốc hơi — bốc hơi

bốc hơi — bốc hơi

xào

to stir fry
(like noodles and veggies)

xào   xào   xào   xào

xào   xào   xào   xào

nướng
to bake

nướng ~~nướng~~ ~~nướng~~

nướng ~~nướng~~ ~~nướng~~

Word Matching

Draw a line to match the Vietnamese words to the picture of each word.

bốc hơi

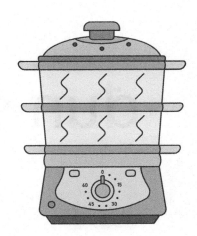

để cân

muỗng

Word Matching

Draw a line to match the Vietnamese words to the picture of each word.

nướng

đun sôi

dao

chiên ngập dầu

to deep fry

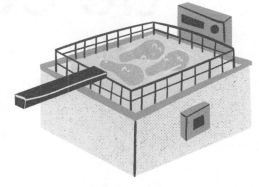

chiên ngập dầu

chiên ngập dầu

chiên ngập dầu

để cắt

to slice

để cắt để cắt để cắt

để cắt để cắt để cắt

để ngâm

to pickle

để ngâm

để ngâm

Word Matching

Draw a line to match the Vietnamese words to the picture of each word.

cái nĩa

để ngâm

xào

Word Matching

Draw a line to match the Vietnamese words to the picture of each word.

khuấy

chiên
ngập dầu

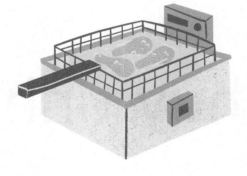

để cắt

Word Matching

Draw a line to match the Vietnamese words to the picture of each word.

nướng

thủy tinh

thớt

Congrats!
You learned 30 Vietnamese words:

KITCHEN TOOLS & GADGETS

thớt	cutting board
dao	knife
cái nĩa	fork
thìa	spoon / tablespoon
muỗng cà phê	teaspoon
chiếc đũa	chopstick
thủy tinh	cup
cốc	mug
cái soong	pot
chảo	pan
lò nồi	ladle
thìa	spatula
cái bát	bowl
đĩa	plate
xiên	skewer
đồ khui hộp	can opener
kéo	scissors

COOKING TERMS

khuấy	to stir
đổ	to pour
bọc	to wrap
nhúng	to dip quickly
ngâm	to soak
để cân	to pound
đun sôi	to boil, simmer
bốc hơi	to steam
xào	to stir fry
nướng	to bake
chiên ngập dầu	to deep fry
để cắt	to slice
để ngâm	to pickle

We hope you enjoyed volume 3 of learning the Vietnamese language!

Below are other workbooks exclusively available on Amazon from Little Dumpling Press.
www.amazon.com/Little-Dumpling-Press/e/B09756TJXX?
node=2656022011

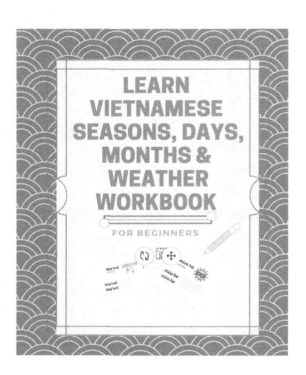

Made in the USA
Las Vegas, NV
06 December 2023